स्वराज्यसेवक

खंडो बल्लाळ

रा.वा. शेवडे गुरुजी

मेहता पब्लिशिंग हाऊस

SWARAJYASEVAK KHANDO BALLAL
by R.V. Shevade Guruji

स्वराज्यसेवक खंडो बल्लाळ / कुमार साहित्य
रा.वा. शेवडे गुरुजी

प्रकाशक
सुनील अनिल मेहता
मेहता पब्लिशिंग हाऊस,
१९४१, सदाशिव पेठ, माडीवाले कॉलनी, पुणे ३०.
✆ ०२०-२४४७६९२४
E-mail : info@mehtapublishinghouse.com
Website : www.mehtapublishinghouse.com

प्रथमावृत्ती
सप्टेंबर, २०१७

मुखपृष्ठ व आतील चित्रे
देविदास पेशवे

ISBN 9789386745538

स्वराज्यसेवक खंडो बल्लाळांची ही

भावोदात्त एकचरित कहाणी थोर समाजसेवक व शिक्षणप्रेमी

माननीय डॉ. ग. श्री. मिरजे

अध्यक्ष, आंतरभारती शिक्षण मंडळ, कोल्हापूर

यांना सादर अर्पण

उपोद्घात

छत्रपती शिवजीराजांच्या निधनाने मराठेशाहीच्या इतिहासात एक मोठे स्थित्यंतर घडून आले. शिवाजीराजांचे वय मृत्यूसमयी अवघे पन्नास वर्षांचे होते; परंतु ज्याला चिंतेने पोखरले, त्याच्या आयुष्याची हमी कोण देणार?

उग्रप्रतापी शंभूराजांना महत्प्रयासाने शिवाजीराजांनी दिलेरखानाच्या गोटातून सोडवून आणले होते व पन्हाळगडावर सुरक्षित ठेवले होते. शिवाजीराजांना त्यांच्या हूड, अल्लड शंभूबाळाला समजुतीच्या चार गोष्टी सांगावयाच्या होत्या; पण राजकारणाच्या धकाधकीत ते त्यांना जमले नाही आणि तशी त्यांना फुरसतही मिळाली नाही.

सोयराबाईंच्या महत्त्वाकांक्षेने उचल खाल्ली. प्रधान मंडळातील निम्मेअधिक सोयराबाईंच्या बाजूस गेले; परंतु नियतीच्या मनात त्यांची खेळी यशस्वी होऊ द्यावयाची नव्हती.

राजाराम महाराजांचे मंचकारोहण आटोपून शंभूराजांना अटक करण्यासाठी मोरोपंत पिंगळे आणि अनाजी दत्तो रायगडावरून निघाले. वाटेत त्यांची गाठ सेनापती हंबीरराव मोहिते यांच्याशी पडली. भाच्याला मंचकारोहण केल्याचा आनंद मामांना होईल म्हणून पंतांनी हंबीररावांना, आपण शंभूराजांच्या बंदोबस्ताकरिता चाललो आहोत याची कल्पना दिली; परंतु शिवछत्रपतींच्या तालमीत तयार झालेल्या न्यायप्रिय, कर्तव्यकठोर, शूर हंबीररावांना ही कल्पना एकदम नापसंत झाली. वाद वाढला. चकमक झडली. हंबीररावांनी पंतानाच अटक केली. इतकेच नव्हे तर, पन्हाळगडावरून शंभूराजांना मुक्त करून इतमामाने रायगडी आणले.

रायगडावर शंभूराजे आपला अंमल स्थिर करीत असताना त्यांना दोन विषप्रयोगांना तोंड द्यावे लागले. पहिल्या प्रयत्नात त्यांनी अपराध्यांना क्षमा केली व 'पुनश्च असे घडले तर गय केली जाणार नाही' असे बजावले; परंतु दुष्टांनी दुष्टपणा कधी टाकला आहे का? दुसरा विषप्रयोग उघडकीस येताक्षणीच शंभूराजे भडकले. त्यांनी अपराध्यांना कडक शासन केले. महाराणी सोयराबाईंची गय केली नाही. मोरोपंत व अनाजी दत्तो यांची तमा बाळगली नाही. बाळाजी आवजी चिटणीस हे तर वरिष्ठांच्या आज्ञेने पत्रव्यवहार सांभाळणारे; पण त्यांना, त्यांचा धाकटा भाऊ आणि मोठा सज्ञान मुलगा यांना देहान्ताची शिक्षा फर्मावून ती अमलातही आणली. एवढ्याने भागले नाही, तर बाळाजी आवजींचे दोन अज्ञानी चिरंजीव, चौदा वर्षांचा खंडू आणि दहा वर्षांचा निळू यांना वाघाच्या तोंडी देण्यात यावे इथपर्यंत त्या शिक्षेची मजल गेली.

क्रोधाविष्ट झालेल्या शंभूराजांना आवर घालणे, कुणालाच शक्य नव्हते. शिवाय विषप्रयोगाचा भयानक कट उघडकीस आल्यामुळे कटात सामील असलेल्या गुन्हेगारांविरुद्ध विलक्षण संतापाची लाट राजघराण्यात, अधिकारीवर्गात, सेनाधिकाऱ्यांत आणि प्रजाजनांत उसळली होती.

रायगडावरील चिटणिसांच्या चौसोपी घरात एक तरुण विधवा बाई आपल्या दोन पुतण्यांना जवळ घेऊन मोठ्या चिंतेत दिवस कंठीत होती. एक एक दिवस तिला एक एक वर्षाचा वाटत होता. ती आपल्या पुतण्यांना पोटभर खाऊ घालीत होती; परंतु तिच्याने एक घासही गिळवत नव्हता. आपली काकी आम्हाला तेवढे आग्रहपूर्वक खायला घालते; पण स्वत: मात्र खाताना अश्रू गाळते ही गोष्ट त्या पोरांच्या नजरेतून सुटू शकली नाही. त्या दोघांतला मोठा मुलगा खंडू एके दिवशी आपल्या काकीला म्हणाला,

''काकी, ऐकलं ते खरं आहे का?''

"काय ऐकलंस बाळ?"

"छत्रपती शंभूराजांनी आमच्या बाबांना, काकांना आणि दादाला त्यांच्या अपराधाबद्दल कडक शासन केलंय, पण–"

"पण काय बाळ?"

"निळूसकट आम्हाला ते वाघाच्या तोंडी देणार आहेत म्हणे!"

"अगदी खरं आहे बाळ!" त्यांची काकी कंठ दाटून उत्तरली.

"मी नाही भिणार वाघाला; पण निळू घाबरल्याशिवाय राहणार नाही गं; पण खरंच काकी, आम्ही असा काय अपराध केलाय म्हणून छत्रपतींनी आम्हाला अशी कडक शिक्षा द्यावी?"

"बाळाजी आवजींच्या पोटी जन्माला आलात हा काही लहानसहान अपराध नव्हे."

काकींच्या या उद्‌गारांचा अर्थ खंडूला समजलाच नाही; पण इतक्यात त्यांची जानकीआत्या विदर्भातून आल्याचे त्यांना समजले.

जानकीआत्या तशी बरीच वयस्क. तिच्या चेहऱ्यावरून तिने निदान सत्तर- बहात्तर पावसाळे तरी पाहिले असावेत, असे दिसत होते. तिला पाहिल्याबरोबर तिची धाकटी भावजय आणि ते दोन भाचे तिला कडकडून भेटले. अर्धा-एक तास सगळ्यांच्या डोळ्यांतून गंगा-यमुना वाहू लागल्या. जानकीआत्या आपल्या भावजयीला म्हणाली,

"बाई. असं रडून भागणार आहे का?"

"वन्सं, आता फक्त रडायचंच बाकी राहिलं आहे. ज्या दिवशी ही दोन पोरं वाघाच्या भक्ष्यस्थानी पडतील, त्याच दिवशी ही त्यांची काकी या जगात राहणार नाही. ती त्यांना स्वर्गात भेटायला गेलीच, असं समजा."

"ही पोरं आणि वाघाच्या भक्ष्यस्थानी?" या विधानाचा उलगडा जानकीआत्याला झाला नाही. तिच्या भावजयीने सारी हकिगत नणंदेच्या कानी घातली आणि यातून सुटका होणे कसे अशक्य आहे, हे सांगितले.

दुसरा दिवस उजाडला. रात्रभर जानकीआत्या बिछान्यावर तळमळत होती. तिच्या डोळ्याला डोळा लागला नव्हता. तिचे अनुभवी मन तिला स्वस्थ बसू देईना. कोवळ्या, अज्ञात पोरांना देहान्ताची शिक्षा म्हणजे अन्याय आहे, याची दाद मागण्याचे तिने ठरविले.

प्रथम तिला वाटले की, आपण शंभूराजांनाच भेटावे आणि देहान्ताच्या शिक्षेचे रूपांतर हद्दपारीत करून घ्यावे व मुलांना आपल्या गावी घेऊन जावे. तिने मनाशी

काहीतरी निश्चय केला आणि ती शोध घेत अष्टप्रधान मंडळातील न्यायाधीश निराजी आवजी यांच्याकडे गेली. न्यायमूर्ती निराजी आवजींची भेट घेणे मोठे कठीण काम होते; परंतु जानकीआत्या एक स्त्री, त्यातही वडीलधारी आणि त्यांच्याच ज्ञातीची असल्यामुळे केवळ प्रवेशच नव्हे तर भेटदेखील शक्य झाली. निराजी आवजी म्हणाले,

''बाई, तुम्ही कोण? का येणं केलंत?''

''मी बाळाजी आवजींची मोठी बहीण. मी दाद मागायला आले आहे.''

''बाळाजी आवजींची शिक्षा अमलात आणली गेली आहे. आता कसली दाद मागता?''

''पण त्यांच्या दोन अज्ञान पोरांना आठ दिवसांनी वाघाच्या तोंडी देणार आहेत म्हणे!''

''होय. मीही तसंच ऐकलंय.''

''पण त्यात त्या पोरांचा काय दोष?''

“तो प्रश्न गौण आहे आणि शिक्षेत बदल अशक्य आहे.”

“का बरं?”

“शिक्षा छत्रपती शंभूराजांनी स्वत: दिली आहे. त्यांचा शब्द अखेरचा आहे. त्यांच्यावर घोर अन्याय झाल्यामुळे ते यात बदल करतील असं वाटत नाही.”

“पण न्यायमूर्तीजी, मी आपला अधिक वेळ घेऊ इच्छित नाही; पण आपण मला एक सल्ला देऊ शकाल काय?”

“कोणता सल्ला?”

“बापाच्या अपराधाबद्दल अज्ञान मुलांना शिक्षा देणं हे धर्म, नीती, कायदा यांना धरून आहे काय? त्या गरीब बिचाऱ्या कोवळ्या पोरांना शासन काय म्हणून?”

“जानकीबाई, आता मी एकच उत्तर देतो आणि या विषयावर आपण अधिक काही बोलू नये, अशी आपणास विनंती करतो.”

“काय आहे बरं आपलं उत्तर?”

“हा पोरांवर अन्याय होतो आहे, हे माझं वैयक्तिक मत. वाटल्यास त्यांना हद्दपार करावं.”

काहीशा समाधानाने जानकीआत्या घरी परतली. एका आठवडाभरच्या मुदतीत काही तरी लवकर करायला हवं, म्हणून तिने रायगडावरील खासे लोकांच्या कुटुंबीयांत जाऊन विचारविनिमय सुरू केला. तिला महत्त्वाची गोष्ट अशी हवी होती की, शंभूराजांच्या विश्वासाची आणि मर्जीतली माणसे कोण आहेत? तपास करताकरता तिला असे आढळून आले की, सोयराबाईंना दिलेल्या कठोर शिक्षेला संमती देणारे पराक्रमी सेनापती हंबीरराव मोहिते यांच्याशी शंभूराजे विश्वासाच्या गोष्टी करतात आणि दुसरी व्यक्ती म्हणजे शंभूराजांच्या धर्मपत्नी महाराणी येसूबाई.

का कुणास ठाऊक, पण जानकीआत्याला सेनापती हंबीररावांच्यापेक्षा महाराणी येसूबाईंची भेट घेणे शक्य वाटले. तथापि सेनापतींचा मुक्काम रायगडावर असल्यामुळे जमल्यास त्यांचीही भेट घ्यावी, म्हणून ती सेनापती हंबीररावांच्या निवासस्थानी आली. सेनापती हंबीररावांची भेट घेणे फारसे अवघड पडले नाही. भेट मागताच मिळाली.

भेटीमध्ये हंबीरराव म्हणाले,

“बाई, कामं फार आहेत. अशा भेटीगाठी घ्यायला आमच्याजवळ फुरसद नाही. त्याहून इच्छा नाही. तुम्ही बाईमाणूस, त्यात प्रौढ. तुमचं काय म्हणणं असेल ते थोडक्यात सांगा नि जा कशा!”

जानकीआत्याने सेनापतींना सर्व हकिगत थोडक्यात मुद्देसूद आणि परिणामकारक रीतीने सांगितली. हंबीरराव विचारमग्न झाले. त्यांच्याने म्हटल्यावाचून राहवले नाही की, ‘‘बाई, बाळाजी आवजीचा अपराध त्याच्या मृत्युदंडाने धुऊन निघाला. या दोन कोवळ्या पोरांवर हा प्रसंग यायला नको होता. तुम्ही बाईमाणूस. महाराणी येसूबाईंच्या कानांवर ताबडतोब ही हकिगत घाला. कदाचित छत्रपती शंभूराजे या बाबतीत आमचा सल्ला घेतीलही. तेव्हा आम्ही सांगू की, राजे, या कोवळ्या पोरांची शिक्षा माफ करा. कदाचित बापाच्या मृत्युदंडाचा बदला ही उद्या घेतील, असे वाटत असल्यास आजच त्यांना हद्दपार करा.’’

आणखी एक आघाडी जिंकल्याचा आनंद जानकीआत्याला झाला. तिने धाडस करून महाराणी येसूबाईंची भेट घेण्याचे निश्चित केले.

बाळाजी आवजींच्या मुलांना वाघाच्या तोंडी देण्याची मुदत अवघ्या चार दिवसांवर येऊन ठेपली होती. गुरुवारी संध्याकाळी सरकारी सैनिक खंडू-निळूंना आपल्या ताब्यात घेणार होते.

रविवारचा सारा दिवस जानकीआत्याने महत्त्वाच्या गाठीभेटीत घालविला. महाराणी येसूबाई दर सोमवारी गडावरील तटाच्या बाजूच्या शिवालयात शिवदर्शनाला सकाळी नऊच्या सुमारास जातात आणि मंगळवारी त्याच वेळी कुलस्वामिनी भवानीमातेच्या मंदिरात येतात, अशी माहिती जानकीआत्याने मिळविली.

खंडू-निळूला घेऊन दुसऱ्या दिवशी सकाळी शिवमंदिरात महाराणी येसूबाईंना गाठायचे आणि त्यांच्या पायावर ही दोन्ही पोरे ठेवायची, असा बेत तिने केला.

सोमवार उजाडला. जानकीआत्याने खंडू-निळूला चांगले स्नान घातले. घरच्या शंकराची पूजा त्यांच्याकडून करवून घेतली. त्या पोरांना घेऊन ती झपाझपा तटाकडील शिवमंदिराच्या दिशेने चालली.

महाराणी येसूबाई अद्याप यावयाच्या होत्या. एका झुडपाआड जानकीआत्या खंडू-निळूंना घेऊन बसली. थोड्या वेळाने महाराणी येसूबाईंचा मेणा आला. दोन भोई आणि दोन शरीररक्षक घोडेस्वार बरोबर होते. मेणा पुढे आणि जानकीआत्या मागे असे ते चालले. मेण्यातून महाराणी येसूबाई उतरल्या. रक्षक घोडेस्वारांनी त्यांना मुजरा ठोकून दोघे आपले घोडे घेऊन बाजूला गेले. भोयांनी मेणा बाजूला लावून त्याजवळ ते बसले. महाराणी येसूबाई आत पूजेत मग्न झाल्या. डोळे मिटून त्या ध्यान करीत होत्या. शंभूमहादेवाला साकडे घालीत होत्या.

इतक्यात खंडू-निळूंना घेऊन जानकीआत्या मंदिराच्या आवाराजवळ आली. तिला भोयांनी अडविले. भोई म्हणाला,

"बाई, आत महाराणी येसूबाईसाहेब आहेत."

"म्हणजे आम्हाला देवदर्शनाची बंदी म्हणा की!"

"नाही बाई, तसं नाही. पूजा आटोपून महाराणी येसूबाईसाहेब बाहेर येईपर्यंत आम्ही तुम्हाला आत सोडणार नाही."

"बरं बाबा. त्यांचंच राज्य आहे. ज्यांचं राज्य त्यांचा कायदा. आम्ही आपलं इथं बसून देवाचं नाव घेतो. तसं म्हटलं तर–"

"काय म्हटलं तर, बाई?"

“देव भक्तीला पावतो. इथून भक्तिभावानं त्याला नमस्कार केला तरी पावतो. अगदी आत, त्याच्या पायाजवळ बसून पूजाप्रसादाचा थाटमाट केला नि मन एकाग्र नसलं तर–”

या संवादानं महाराणी येसूबाईंच्या ध्यानधारणेत बाधा आली. जे मागायचे ते झटपट मागून त्या माघारी फिरल्या. जानकीआत्याच्या संवादातील शेवटचा थोडा भाग त्यांनी स्पष्टपणे ऐकला आणि कुतूहलाने त्यांनी विचारले,

“बाई, कोण तुम्ही?”

“एक अभागिनी.”

“तुम्हाला काय हवंय?”

“ते तुम्ही देऊ शकणार नाही.”

“पण काय हवंय ते सांगितल्याशिवाय होय-नाही मी कसं म्हणू?”

“आणि पटलं तरी तुम्ही होय म्हणाल, याची मला खात्री नाही.”

जानकीबाईंच्या या वाक्याने दोन्ही भोई बिथरले आणि ते ताठ मान करून दक्ष राहिले. महाराणी येसूबाईंनी भोयांना शांत राहण्याचा इशारा दिला आणि त्या जानकी आत्याला म्हणाल्या,

“बोला आजीबाई, चांगलं मन मोकळं करून बोला.”

“त्यासाठी तर मी या पोरांना घेऊन आले आहे.”

“किती सुंदर, बाळसेदार आणि गोंडस पोरं आहेत ही! पण तुमच्या मागण्याशी या पोरांचा काय संबंध?”

“महाराणीजी, बाळाजी आवजींची ही दोन दुर्दैवी पोरं आहेत. हा चौदा वर्षांचा खंडू आणि दहा वर्षांचा निळू. सुक्याबरोबर ओलं जळावं, तसं हुकुमाचे ताबेदार म्हणून शाहजादा अकबराला पत्र धाडल्यावरून बाळाजी आवजींना, त्यांच्या भावाला आणि या मुलांच्या सज्ञान मोठ्या भावाला देहान्ताची सजा दिली गेली आणि उद्याच्या गुरुवारी तुमचे सरकारी सैनिक या दोन निष्पाप पोरांना वाघाच्या तोंडी देण्यासाठी ताब्यात घेणार आहेत.”

“अरेरे!”

इच्छा नसतानाही महाराणी येसूबाईंच्या तोंडून उद्‌गार गेले.

“थोरले छत्रपती न्यायनिष्ठुर होते; पण ते अपराध्याचा अपराध सिद्ध झाल्यावरच त्याचा कडेलोट करीत. केवळ बाळाजी आवजींच्या पोटी जन्म हाच अपराध या मुलांनी केला आहे. महाराणीजी, न्याय म्हणा नाहीतर भीक म्हणा, देहान्ताची शिक्षा कमी करून

या पोरांना वाटल्यास हद्दपार करा. उद्याच्या उद्या मी त्यांना घेऊन विदर्भात जाईन.''

''पण बाई, तुम्ही कोण?''

''मी त्या बाळाजी आवजींची सगळ्यांत मोठी बहीण. माझे पती आणि दोन मुलं छत्रपतींच्या सेवेत कामी आले आहेत, याचा अभिमान बाळगणारी मी मराठी स्त्री आहे. महाराणीजी, या पोरांना मी वाढवीन आणि बापापेक्षा स्वराज्य श्रेष्ठ आहे अशी शिकवण त्यांना देऊन पुन्हा स्वराज्याच्या सेवेला अर्पण करीन. महाराणीजी, मी न्याय मागितला; पण या वयात न्याय मागायलाही माझ्याजवळ बळ नाही. एवढी घालाल का भीक मला?''

''बाई, उद्या उत्तरेकडे तोंड करून असलेल्या मधल्या मोठ्या भवानीच्या मंदिरात मला सकाळी याच वेळी भेटा. तुमचं म्हणणं मला पटलं असलं तरी यश हा शंभू महादेवच देणार आहे.''

ठरल्याप्रमाणे दुसऱ्या दिवशी सकाळी नऊच्या सुमारास जानकीआत्याची आणि महाराणी येसूबाईंची भवानीच्या मंदिरात भेट झाली.

लवून मुजरा करून जानकीआत्या म्हणाल्या,

''महाराणीसाहेब, केवळ भवानी मातेच्या नव्हे, तर आपल्याही दर्शनाला मी आले आहे. ही दोन्ही पोरं आपल्या पायांवर घालण्यास आपली अनुमती आहे काय?''

''बाई, स्वारींनी या पोरांना शिक्षा माफ केली आहे. पोरं मोठी नशिबवान आहेत. आम्ही स्वत: जातीनं त्यांच्या संरक्षणाची आणि ती सज्ञान होईपर्यंत त्याच्या चरितार्थाची हमी घेतली आहे. इतकेच नव्हे तर बाळाजी आवजींच्या कुटुंबात आता जी कुणी माणसे असतील, त्यांना कोणत्याही प्रकारचा त्रास होणार नाही. तुम्ही आता तुमचा निर्णय घ्या.''

''निर्णय?''

''होय, निर्णय. त्यांना इथं ठेवा किंवा त्यांना विदर्भात घेऊन चला. बाळाजी आवजींच्या स्वराज्यसेवेबद्दल आम्ही लौकिक ऐकला आहे. शंभू महादेव कृपा करो आणि झालं-गेलं विसरून ही पोरं सच्ची स्वराज्यसेवक म्हणून नावलौकिकास येवोत.''

जानकीआत्याने महाराणी येसूबाईंच्या पायावर कृतज्ञतापूर्वक त्या पोरांना घातले आणि आपणही नतमस्तक होऊन आनंदाश्रू ढाळले.

दुपारचे भोजन आटोपून संभाजी महाराजांनी सहकाऱ्यांना निरोप दिला. वामकुक्षी घेण्याकरिता ते महालात गेले. महाराणी येसूबाई पंख्याने वारा घालीत होत्या. डुलकी लागली आहे अशा समजुतीने महाराणी निघून गेल्या. संभाजी महाराजांना झोप लागली नव्हती. बळेच डोळे मिटून ते झोप आणण्याचा प्रयत्न करीत होते. त्यांचा जीवनपट त्यांच्या मन:चक्षूंसमोरून झरझरा जात होता. त्यांची झोप उडून गेली. स्वस्थ पडण्याचा त्यांना कंटाळा आला. अस्वस्थपणे या कुशीवरून त्या कुशीवर ते झाले. अखेर कंटाळून ते उठले आणि महालातून बाहेर येऊन सदरेवर बसले. कोण्यातरी सेविकेने महाराज महालातून उठून सदरेवर गेल्याची बातमी महाराणींना सांगितली. त्या क्षणाचाही विलंब न करता सदरेवर आल्या. पहारेकऱ्याला इशारा करताच तो दूर निघून गेला. महाराणी महाराजांना म्हणाल्या,

"झोप आली नाही का?"

"कशी येणार? सुखाची निवांत झोप यायला नशीब लागतं." महाराज उत्तरले.

"आता तर आपलं नशीब निष्कंटक झालंय. तशी तक्रार करायला आपणास मुळीच जागा नाही."

"महाराणी, आपण आमच्याशी नुसतं लग्नच केलंत. या कमनशीब संभाजीचं मन

कुणालाच समजलं नाही. कुणी समजून घेण्याचा प्रयत्नही केला नाही. निदान आपण तरी–''

इतक्यात एक सेवक सदरेवर वर्दी देण्यासाठी आला. अदबीचा मुजरा करून तो म्हणाला,

''महाराज, खंडो बल्लाळ आपल्या भेटीस आले आहेत.''

''कोण? खंडो बल्लाळ?'' महाराजांनी शंका व्यक्त केली.

''होय. बाळाजी आवजी चिटणिसांचे चिरंजीव खंडो बल्लाळ,'' महाराणींनीं खुलासा केला.

''अस्सं! म्हणजे ज्यांना आम्ही हत्तीच्या पायाखाली चिरडून ठार करण्याची शिक्षा दिली, त्यांचे चिरंजीव आमच्या भेटीस येत आहेत तर–''

''महाराजांनी सावध असावं,'' महाराणींनी धोक्याचा इशारा दिला.

''अनेक कटांना पुरून उरणारा संभाजी असा सहजासहजी–''

''माणसानं फार गर्व करू नये.'' असे सुचवित महाराणी सेवकास म्हणाल्या, ''द्या खंडो बल्लाळांना पाठवून.''

खंडो बल्लाळ विशीच्या आसपासचे एक विचारी, तडफदार तरुण. पोशाख अगदी साधा. स्वराज्यातल्या शिलेदाराला शोभून दिसणारा. धीरगंभीर पावले टाकीत खंडो बल्लाळ पुढे आले.

आदराने संभाजी महाराजांना मुजरा करून ते बाजूस उभे राहिले. त्यांची नम्रता पाहून महाराणींना बरे वाटले. त्यांची पोलादी निर्भयता पाहून त्या चरकल्या. खंडो बल्लाळ नि:शस्त्र आहेत, असे दिसताच त्यांचा जीव भांड्यात पडला. महाराणी म्हणाल्या,

"बोला खंडोजी, आपण येणं का केलंत?"

"थांबा राणीसाहेब, अशी घाई करू नका. संभाजीराजांच्याकडे ते आले आहेत आणि त्यांना न्याय हवा आहे. आपल्या वडिलांच्या मृत्युदंडाच्या शिक्षेचा."

महाराजांना मध्येच अडवीत खंडो बल्लाळ म्हणाले,

"महाराज-"

"खंडोजी, तुम्ही आमच्याच वयाचे तरुण उमदे शिलेदार आहात. या उसळत्या रक्ताच्या वयाला वडिलांच्या मृत्यूचं दु:ख काय असतं, हे निदान या कमनशीब संभाजीला कुणी समजून सांगण्याचं कारण नाही. आबासाहेबांचा अंतकाळ आठवला की अजून जीव कसा कासावीस होतो."

"खंडो बल्लाळ आपल्या वडिलांच्या मृत्युदंडाच्या शिक्षेचा न्याय मागण्यासाठी आले आहेत. महाराजांचं दु:ख समजून घेण्याच्या मन:स्थितीत ते नाहीत." महाराणींनी महाराजांना भानावर आणण्याचा प्रयत्न केला.

महाराणींच्या या उचित अशा धीरोदात्त धिटाईचे सर्वांना कौतुक वाटले; पण मनात खंडो बल्लाळ थोडे चरकले. मात्र महाराणीच्या उद्‌गाराचा परिणाम महाराजांच्या मनावर काहीसा विपरीत झाला. ते म्हणाले,

"मग राणीसाहेब, तुमच्या या खंडो बल्लाळांसकट तुम्ही एकदाच कान उघडे ठेवून ऐका– संभाजी कुणालाही न्याय देणार नाही; कारण संभाजीला कुणीच न्याय दिला नाही."

"पण महाराज," खंडो बल्लाळ धिटाई करून म्हणाले, "आपण छत्रपती आहात. प्रजा आपल्याला पोटच्या पोरासारखी वाटली पाहिजे."

"खंडोजी, हे सारं पोथीतलं पुराण झालं. आम्हीसुद्धा असं भाराभर तत्त्वज्ञान सांगू शकू. कोरड्या तत्त्वज्ञानानं मनाच्या व्यथा बऱ्या होत नसतात."

"महाराज, राजकारण्यांना असं भावनावश होऊन कसं चालेल?"

"तेही काही खोटं नाही; पण, पण काय सांगू खंडोजी, रामराजांच्या लग्नाचा सोहळा सोळा दिवस थाटात साजरा झाला; पण या शंभूबाळाची कुणास आठवण झाली का? आबासाहेबांनी अखेरचं अंथरूण धरलं तरी शंभूबाळाला, त्यांच्या युवराजाला वर्दी नाही. आबासाहेब निधन पावले– होय, निधन पावले. असंच म्हणतो– अखेरचं दर्शन, क्रियाकर्म कोणत्याच गोष्टीसाठी आम्ही तिथं नाही. आमच्यावरील घोर अन्यायाची दाद कुणी घेतली नाही. आम्हाला कुणी न्याय दिला नाही. आता समजतं, आबासाहेब आपल्या लाडक्या शंभूबाळाच्या भेटीकरता तळमळत होते. मग आबासाहेबांच्यावरीलच हा अन्याय नव्हे काय? चौकशी करू लागताच आमच्यावरच विषप्रयोगाचा कट! राज्यकारभारात निष्ठुर व्हावं लागत, म्हणूनच अत्यंत कठोर मनानं आम्ही मासाहेबांना, सेनापती हंबीरराव मोहित्यांना साक्षी ठेवून सोयराबाईसाहेबांना भिंतीत चिणलं, शिर्क्यांचं शिरकाण केलं आणि बाळाजी आवजींना.... संभाजीराजांचा कंठ दाटून आला. ते क्षणभराची उसंत घेऊन एकदम ओरडले,

"खंडो बल्लाळ, तुम्ही ताबडतोब निघून जा. तुम्हाला न्याय देण्याची आमची इच्छा नाही."

काही क्षण वातावरण गंभीर झाले. कुणी काहीच बोलले नाहीत. कुणी जागचे हलले नाही. खंडो बल्लाळसुद्धा. संभाजी महाराजांच्या गर्जनेला ते घाबरले नाहीत. ते फक्त ताठ मान करून आत्मविश्वासाने पण हळू आवाजात म्हणाले,

"महाराज–"

"खबरदार पुढं बोलाल तर!" संभाजीराजे त्यांच्या अंगावर धावणार तोच त्यांना आवरून महाराणी येसूबाई म्हणाल्या,

"खंडो बल्लाळांना काय बोलायचं आहे, ते बोलू द्या. तुमच्याप्रमाणे पितृछायेला तेही पारखं झालेलं एक पोरकं पोर आहेत. बोला खंडोजी, तुम्हाला काय हवं आहे?"

संभाजी महाराजांना शांत बसणे भागच पडले. खंडो बल्लाळ धीर धरून म्हणाले,

"महाराणीसाहेब, मला न्याय नको आहे. मला भीक हवी आहे. मी लाचार आहे. एका लाचार मराठी शिलेदाराला छत्रपतींच्या दारी एक लहानशी भीक मिळू शकणार नाही का?"

खंडो बल्लाळांच्या बोलण्याने संभाजीराजे चकित झाले. त्यांचा विकारवश क्रोध कुठल्या कुठे मावळला. आपण रागाच्या भरात खंडो बल्लाळांना नको ते बोललो असा विचार महाराजांच्या मनाला स्पर्शून गेला. क्षणभर ते गोंधळून गेले. महाराजांची ही मन:स्थिती महाराणींनी हेरली व त्या खंडो बल्लाळांना म्हणाल्या,

"खंडोजी, मन मोकळं करून बोला. तुम्हाला काय सांगायचं आहे? तुम्हाला काय

मागायचं आहे?''

''आमच्या निष्ठेवर विश्वास ठेवावा, एवढीच भीक मागायची आहे.''

''काय, तुम्ही आम्हाला एवढे मूर्ख समजलात? आमच्यावर तुमचा विश्वास नसेल तर स्वराज्याबाहेर कुठंही सुरक्षित जाण्याची, इतकंच काय, शिर्क्यांच्याप्रमाणं मुसलमानांना मिळण्याची आम्ही तुम्हाला मुभा देतो.''

''आपल्या उदारतेबद्दल माझ्या मनांत मुळीच शंका नाही. पण महाराज, खंडो बल्लाळ मरणाला भीत नाही.''

''तुम्हाला आमचं अभयदान आहे. बोला, काय हवंय तुम्हाला?''

''शिलेदारी कायम असावी. स्वराज्यसेवकाच्या स्वामिनिष्ठेची परीक्षा केव्हाही घ्यावी.''

''जरूर घेऊ. दुधानं तोंड पोळल्यामुळे आम्ही ताक फुंकून पिऊ लागलो आहोत. तरी खंडोजी, तुमच्या मागण्याचा अर्थ आमच्या ध्यानात आला नाही.''

''महाराज शिवप्रभूंनी प्रजाकल्याणासाठी स्थापन केलेल्या स्वराज्याची सेवा आम्हास करावयाची आहे. लक्षावधी फौज बरोबर घेऊन खुद्द आलमगीर दक्षिणेत उतरला आहे. मजल दरमजल करीत तो आगेकूच करीत आहे. पैशानं तो माणसं खरीदतो आहे नि ती स्वतःला विकून घेत आहेत. या घोर संकटाची कल्पना शिवछत्रपतींना होती, असे अनुभवी, जुने जाणकार बोलतात; पण आज टक्कर द्यायला ते नाहीत. घरची भांडणे विसरायला हवीत, डोळ्यांत तेल घालून स्वराज्यसंरक्षक छत्रपतींना– म्हणजे आपणाला– जपायला हवे. छत्रपती म्हणजे स्वराज्याचं प्रतीक. आपण आहात म्हणजे स्वराज्य आहे. वडिलांच्या मृत्यूच्या दुःखापेक्षा स्वराज्यावरील संकट हे या खंडो बल्लाळाला महान दुःख वाटतं. वडिलांचा अपराध असेल, तर त्याचं त्यांना प्रायश्चित्त मिळालं. नसेल तर ओल्याबरोबर सुकं जळालं. केवळ चिंता करून ते परत येणार नाहीत. कधी नव्हती इतकी स्वामीनिष्ठ सेवकांची आज गरज आहे. पावनखिंडीत पावन झालेले बाजी, पुरंदरावर धारातीर्थी केवळ कबंध लढविणारे मुरारबाजी आमचे वाटाडे आहेत. खंडो बल्लाळाला स्वराज्यसेवेपेक्षा प्राण प्यारे नाहीत. एकनिष्ठपणे स्वराज्याची, छत्रपती संभाजीराजांची सेवा करण्याची संधी, हीच भीक मला हवी आहे.''

महाराणी येसूबाईसाहेबांच्या डोळ्यांत आनंदाश्रू चमकले. संभाजी महाराजांनी खंडो बल्लाळांना प्रेमभराने दृढ आलिंगन दिले.

"महाराणीजी–"

"काय खंडोजी?"

"थोडं थांबा."

"थांबून कसं चालेल? मोगली फौजांनी मराठी मुलखात संचार करून उच्छाद मांडलाय."

"अगदी खरं आहे."

"म्हणून लपतछपत लवकर रायगड नको का गाठायला?"

"होय महाराणीजी! म्हणून म्हणतो थोडं थांबा."

खंडो बल्लाळांच्या या इशाऱ्याबरोबर मराठ्यांच्या महाराणी येसूबाई थांबल्या. इतक्यात पाठीमागील मेण्यातून खंडो बल्लाळांची मावसबहीण साध्वी संतूबाई तिथे आली. संतूबाई म्हणाली,

"महाराणीजी, आपण थांबलात का?"

"ते आता तुझ्या दादांनाच विचार."

"दादा, तू का बरं महाराणीसाहेबांना थांबवलंस?"

"हेरकऱ्यांनी बातमी आणली आहे, की शत्रूच्या फौजा आमचा शोध घेत अवघ्या दोन मैलांवर आल्या आहेत. त्यांना आमचा सुगावा लागला आहे. महाराणीसाहेबांचे प्राण धोक्यात आहेत."

"अगं बाई, मग आता काय करायचं? खंडूदादा, काहीही कर. आमचं काहीही होवो, पण महाराणी येसूबाईंचे, मराठ्यांच्या माउलीचे पंचप्राण वाचलेच पाहिजेत."

"नाही, नाही. ही महाराणी येसूबाई तुम्हा रयतेच्या प्राणांपेक्षा आपले प्राण मोलाचे मानत नाही."

"महाराणीजी, अधिक विचार करायला फुरसद नाही. मी सांगतो तसं आपण ताबडतोब करावं, अशी माझी आपणास नम्र विनंती आहे."

"ती कोणती?"

"या संतूबाईला तुम्ही आपला– महाराणींचा पोषाख चढवा आणि आपण या संतूबाईचा सामान्य पोषाख परिधान करा. या घटकेपासून संतूबाई ही मराठ्यांची महाराणी येसूबाईसाहेब होईल आणि आपण अभागी खंडोजींची कर्तव्यकठोर बहीण संतूबाई."

त्या थोर मराठी मायमाउलीने खंडो बल्लाळांच्या सूचनेप्रमाणे वेषांतर केले.

महाराणी येसूबाई म्हणाल्या,

"खंडोजी, आता बोला तुमची योजना."

"सांगतो; पण महाराणीजी," महाराणींच्या हातातील हिऱ्याच्या अंगठीकडे पाहात खंडो बल्लाळ म्हणाले, "तुमच्या हातातली हिऱ्याची अंगठी नकली संतूबाईला शोभा देत नाही नि हिऱ्याची अंगठी नकली महाराणींच्या हातात दिसली नाही, तर संतूबाईला कुणी महाराणी मानणार नाहीत."

"मग आम्ही काय करावं?"

"कृपया ताबडतोब ती आपल्या हातातून उतरा आणि संतूबाईच्या स्वाधीन करा."

जड मनाने येसूबाईंनी, शंभूराजांनी अपार मायेनं विवाहमंगल प्रसंगी दिलेली ती हिऱ्याची अंगठी बोटातून बाहेर काढली आणि खंडो बल्लाळांच्या स्वाधीन केली. खंडो बल्लाळांनी आपल्या हातांनी ती अंगठी संतूबाईच्या करंगळीत घातली. करंगळीत ती बरीच सैल वाटल्यामुळे संतूबाई म्हणाली,

"खंडूदादा, करंगळीपेक्षा अनामिकेत ती छान बसेल."

"नाही, संतूबाई नाही. ती अंगठी बोटात घालण्यासाठी आम्ही तुला दिली नाही. बोटातून लवकर निघावी, म्हणून दिली आहे."

"म्हणजे? तुझ्या बोलण्याचा अर्थ मी नाही समजले," संतूबाईने शंका व्यक्त केली.

चतुर महाराणी येसूबाईंच्या ध्यानात सारा मामला यायला वेळ लागला नाही. त्या काही तरी बोलणार इतक्यात खंडो बल्लाळ म्हणाले.

"आम्ही महाराणींना घेऊन आडवाटेनं रायगड गाठू. आता या महाराणी आहेत अशी शंका मोगलांनाच काय, पण मराठ्यांनासुद्धा येणार नाही."

"आणि खंडूदादा, मी काय करायचं?" संतूबाईने रास्त प्रश्न केला.

"संतूबाई," खंडो बल्लाळ खुलासा करू लागले. "महाराणींच्या डौलदार मेण्यात तुम्ही मराठ्यांच्या महाराणी येसूबाईसाहेब म्हणून दिमाखानं बसायचं. शत्रू तुमचा पाठलाग करील आणि तुम्हाला कदाचित पकडेल, असं मला वाटतं. या संकटातून केवळ परमेश्वरच तुम्हाला वाचवू शकेल; पण लक्षात ठेव संतूबाई, प्रसंगी शत्रू आपला अपवित्र स्पर्श तुझ्या पवित्र देहाला करू पाहील, तर तुझ्या जिवाभावाची मैत्रीण– ही हिऱ्याची अंगठी– तुझ्या पावित्र्याचं रक्षण करील. पटकन तिच्यातली हिरकणी तुला गिळता यावी, म्हणून ती करंगळीत घातली आहे."

महाराणी येसूबाईसाहेबांनी प्रसंगाचे गांभीर्य ओळखून उघड्या डोळ्यांनी मरण पत्करणाऱ्या सती साध्वी संतूबाईला दृढ आलिंगन दिले. संतूबाई महाराणीसाहेबांच्या पुण्यपावन पावलांना स्पर्श करून म्हणाली,

"माझा देह महाराणींच्या कारणी लागो, हीच माझी परमेश्वरचरणी प्रार्थना."

"पोरी, एवढ्या अपक्व वयात इतकं परिपक्व शहाणपण तुला कुठून आलं?"

"महाराणीसाहेब, खाडीत ओहोटीला लागलेल्या छत्रपतींना वाचविणाऱ्या खंडो बल्लाळची मी बहीण आहे. पन्हाळ्याच्या पायथ्याशी एक सामान्य नापित शिवा काशिद जे दिव्य करू शकला, तसलं दिव्य स्वामिनिष्ठेच्या संसारात वाढलेल्या या संतूबाईला करता येऊ नये काय? महाराणीजी, या संतूबाईला तिच्या प्राणाची तमा नाही."

"मग कशाची तमा आहे पोरी?"

"आमचं कांहीही होवो; पण आपण आडवाटेनं रायगड गाठणार आहात, तो तुमचा काट्या-कुट्यांचा, पाऊलवाटेचा प्रवास सुरक्षित होवो, एवढीच शंभूमहादेवाच्या चरणी प्रार्थना."

"पोरी, जोपर्यंत माझ्या रक्षणासाठी हे स्वामिनिष्ठ खंडो बल्लाळ आहेत, तोपर्यंत मला भीती नाही. मला चिंता तुझ्या प्राणाची आहे."

महाराणी येसूबाईसाहेबांना घेऊन खंडो बल्लाळ आडवाटेने रायगडावर सुखरूप पोहोचले.

ती सकाळची वेळ होती. संतूबाईचे काय झाले असेल ते समजून घ्यायला येसूबाई अत्यंत आतुर झाल्या होत्या. खंडो बल्लाळांचा आणि रायगडावरील अन्य मातब्बर असामींचा आग्रह म्हणूनच त्या सूर्य डोक्यावर येताच अनिच्छेने भोजनास बसल्या. इतक्यात एक हेर बातमी घेऊन आल्याचे त्यांना समजले. बातमी आणण्यासाठी कुणी असामी न पाठविता भरल्या ताटावरून उठून त्या जातीनिशी हेरास सामोऱ्या गेल्या.

अश्रू अनावर झाल्यामुळे स्फुंदत स्फुंदत, रुद्ध कंठाने हेराने बातमी सांगितली,

''सती साध्वी संतूबाईसह नऊ मराठे सैनिक शत्रूने पकडले. संतूबाईने बाका प्रसंग ओळखून हिरकणी खाऊन आत्मसमर्पण केलं. जितेपणी ती शत्रूच्या हाती लागली नाही. साध्वी संतूबाईचे हे दिव्य पाहून निष्ठुर मनाचा क्रूर शत्रूसुद्धा दिपला, दचकला. तो आपल्या फौजेतील दोन मराठी सैनिकांना म्हणाला, ''तुमच्या हिंदू पद्धतीने या वीरकन्येचे दहन करा.''

संतूबाईच्या दिव्यत्वाची ही हकिगत ऐकून महाराणी येसूबाईसाहेबांच्या नयनकमळातून कृतज्ञतेच्या अश्रुधारा किती वेळेपर्यंत वाहत होत्या कुणास ठाऊक!

कोकणची स्वारी संपली. यश मिळाले, खंडणी मिळाली. संभाजी महाराज विजयी होऊन परतले. आगेकूच करीत ते रायगडच्या पायथ्याला आले.

त्यांनी सरदारांना निरोप दिला. स्वारांना घोडे पागेला लावायला सांगून रजा दिली.

खंडो बल्लाळ निरोपाचा मुजरा करीत म्हणाले,

''महाराज, आम्हालाही रजा द्यावी. चार दिवस दाभोळीच्या वतनावर जाऊन यावं म्हणतो. तिथले हिशेब एकदा तपासून–'

''नाही, खंडो बल्लाळ नाही. निदान आज तरी आम्ही तुम्हाला रजा देऊ शकत नाही,'' महाराज निश्चयपूर्वक उत्तरले.

खंडो बल्लाळ खट्टू झाले. शेजारीच उभे असलेले प्रल्हादपंत दाभाडे थोडा धीर देऊन म्हणाले,

''महाराज, मलाही दाभोळीला बरोबर येण्याचा आग्रह केला आहे खंडो

बल्लाळांनी. बरोबर पाच दिवसांनी वाढदिवस आहे त्यांचा.''

''वाढदिवस? आणि तो कितवा?''

''एकविसावा. आज कित्येक वर्षांनी प्रथमच वतनावर वास्तव्य होणार आहे त्यांचं. सारे आप्तेष्ट, विशेषत: वहिनी मोठ्या आतुरतेने वाट पाहत असतील त्यांची.''

प्रल्हादपंतांच्या विशेष खुलाशाने खंडो बल्लाळ काहीसे ओशाळले व लाजेने चूर झाले.

''फारच छान!'' महाराज आनंदाने म्हणाले. ''मग आम्हाला हे प्रथम का नाही सांगितलंत? ठीक. आजची ताटं आमच्याबरोबर होऊ द्यात. उद्या सकाळी करतो आम्ही आपली रवानगी– योग्य मानानं व वाढदिवसाच्या भेटीसह.''

सर्वजण मुक्त कंठाने हसले.

संभाजी महाराज मोहीम फत्ते करून आले आहेत ही बातमी रायगडावर हां हां म्हणता पसरली. सर्वत्र विजयाचे नगारे वाजू लागले. वाड्यात स्वागताच्या तयारीला एकच धमाल उडून गेली.

दरवाजावर येताच महाराणी येसूबाई पाच सुवासिनींसह पंचारती घेऊन ओवाळण्यासाठी पुढे सरसावल्या. लिंबलोण उतरले गेले. ओवाळण्या झाल्या. महाराज

येसूबाईंना म्हणाले,

"राणीसाहेब, आमच्याबरोबर आपण या खंडो बल्लाळांना ओवाळावं, अशी आमची आज्ञा आहे. बंधुरायाला भाऊबीजेच्या दिवशीच ओवाळावं असंच काही शास्त्र नाही."

आज्ञा म्हणताच येसूबाईंचा नाइलाज झाला. तरी प्रसंगावधान राखून तसल्या घाईत त्या म्हणाल्या,

"आणि ओवाळणी?"

"ती त्यांनी कधीच घातली आहे," संभाजीराजांनी दिलखुलास खुलासा केला.

"कोणती?"

"एक अमोलिक हिरा. तुमच्या दृष्टीनं दसलाख मोलाचा. स्वराज्याच्या दृष्टीनं नवकोट किमतीचा."

त्या ऐन गर्दीत ज्यांच्या ज्यांच्या कानी हे शब्द गेले ते सर्व बुचकळ्यात पडले. कुणाला कशाचाच बोध झाला नाही. तसेच दरवाजावर खुलासा तरी कोण करून घेणार?

महाराणींनी खंडो बल्लाळांना ओवाळले. एका बाजूने मनात खंडो बल्लाळ संकोचले; तर दुसऱ्या बाजूने संभाजी महाराज व महाराणी येसूबाई यांचा दिलदार, उमदा व निरागस स्वभाव पाहून त्यांचा कंठ दाटून आला. आपण ओवाळणी कुणास केव्हा व कशाची घातली हे त्यांच्या सरळ स्वभावाला उमगलेच नाही; पण जे घडत आहे, ते पाहण्यापलीकडे ते काहीच करू शकत नव्हते.

स्नान, फराळ झाल्यावर सर्वांनी घटकाभर विश्रांती घेतली, थोड्यावेळाने बोलावणे आले. "ताटे तयार आहेत. भोजनास उठावे." खंडो बल्लाळ, प्रल्हादपंत भोजनगृहात गेले तो तिथे संभाजी महाराज काही खाशा स्वाऱ्यांसह उपस्थित होते.

तीन चांदीची ताटे मांडली होती. सर्वांना वाटले एका बाजूस रामराजे व दुसऱ्या बाजूस येसूबाई असाच बेत असावा. संभाजी महाराजांच्या मनात केव्हा काय येईल व आपला हट्ट पुरा केल्याशिवाय ते कसे राहणार नाहीत, याची बहुतेकांना कल्पना होती. इतक्यात रामराजांचे आगमन झाले. त्यांचे प्रेमभराने स्वागत करून चांदीच्या एका ताटावर त्यांना बसविले. इतक्यात खाशा पंगतीची व्यवस्था ठीक झाली की नाही हे पाहण्यासाठी महाराणी येसूबाई तिथे जातीनिशी हजर झाल्या. तिसरे चांदीचे ताट लागलेले पाहताच त्या मनात संकोचल्या. आज महाराजांच्या मनात विजयोन्मादामुळे भलते आले नसेल ना, अशी शंका त्यांना आली. त्यांची ही मनःस्थिती ओळखण्याइतके चतुर संभाजीराजे खास

होते. ते म्हणाले,

"राणीसाहेब, घाबरू नका. ते ताट आपल्याकरिता नाही. ते तुमच्या मानलेल्या बंधुराजाकरिता– खंडो बल्लाळांच्याकरिता आहे. पाहू या, महाराणीसाहेब आज आपल्या बंधुराजांना किती आग्रहानं वाढतात ते!"

मनावरील दडपण कमी झाल्यामुळे काहीशा समाधानाच्या स्वरात महाराणी म्हणाल्या,

"मग ओवाळणीचा खुलासा झाल्याशिवाय आम्ही पंगत वाढायला सुरुवातच करणार नाही."

रामराजे मध्येच गंमत म्हणून पोटावरून हात फिरवीत म्हणाले,

"दादासाहेब, आटपा तुमचा ओवाळणीचा खुलासा. आम्हाला खूप खूप भूक लागली आहे."

"मग ऐका तर–" संभाजी महाराज अत्यंत गंभीर झाले. क्षणभरातच ते स्वतःला विसरून गेले. एकटक छताच्या चमकणाऱ्या सप्तरंगी झुंबराकडे पाहात ते म्हणाले, "राणीसाहेब, रामराजे, खंडो बल्लाळांसारखी नवरत्नं आमच्या पदरी आहेत म्हणून आम्ही आहोत. आम्ही तलवार असलो तर ते म्यान आहेत - नव्हे, ते तलवारीची मूठ आहेत."

सर्वांची उत्सुकता शिगेला पोहोचली.

''कोकणच्या मोहिमेतील तो त्या दिवशीचा सायंकाळचा प्रसंग. भरतीनं भरलेल्या खाडीत आम्ही आमचा घोडा घातला; अशा उद्देशानं की आम्ही सहज खाडीपार होऊ आणि मग स्वार-सरदार आमचं अनुकरण करतील.''

''पण दादासाहेब,'' रामराजांनी शंका काढली, ''इतकं धाडस आपण स्वत: करण्याची काय गरज होती?''

''राजे शिवछत्रपतींचे सुपुत्र आहोत आम्ही. स्वार-सरदारांना पुढे घालून आपण मागं राहण्याची भ्याड नीती आम्हाला कळत नाही. सांगा राजे, अफझलखानाला भेटायला कोण गेलं होतं? मध्यरात्री, ऐन अंधारात केवळ अंतरीच्या नंदादीपाच्या प्रकाशात शाहिस्तेखानावर झडप घालून त्याला शास्त कुणी लाविली?''

''मग पुढं काय झालं?'' महाराणी ऐकण्यास अत्यंत अधीर झाल्या होत्या महाराज सांगू लागले,

''घोडा धारेला लागला. आवरता आवरेना. आमचा धीर सुटणार इतक्यात महाराणीसाहेब, या खंडो बल्लाळांनी तीरावरून आपला घोडा पाण्यात झोकून दिला. त्यांनी स्वत:च्या प्राणाची बाजी लावली. आम्ही ऐलतीराला आलो, स्वराज्यात आलो, दुनियेत आलो. मग सांगा राणीसाहेब, आमच्याजवळच्या चांदीच्या ताटाची जागा आम्ही खंडो बल्लाळांना दिली तर काय मोठं केलं?''

सर्वांनी खंडो बल्लाळांना पकडून चांदीच्या ताटावर नेऊन बसविले. संकोचून खंडो बल्लाळ म्हणाले,

“नाही. महाराजांच्या पंक्तीला सेवक कसा बसू शकेल? मी असं विशेष काय केलं? जो स्वामिनिष्ठ नाही तो सेवक कसला? सय्यद बंडानं छत्रपतींच्यावर केलेला वार जिवा महालानं त्याचा हात वरचेवर छाटून छत्रपतींचं रक्षण केलं नाही काय? सेवकांनी चुकारपणा केला असता तर शिवप्रभू आग्र्याहून रायगडाला सहीसलामत आलेच नसते. निष्ठेत चुकारपणा करणारे शिक्षेस पात्र; पण निष्ठा बाळगणारे बक्षिसास बिलकुल पात्र नव्हेत; कारण बक्षिसांचा सुकाळ होऊ लागला तर खोट्या निष्ठांचं पीक फोफावेल.”

महाराणी येसूबाईंना गहिवरून आले. कंठदाटल्या रुद्ध आवाजात त्या म्हणाल्या,

“नवकोट किमतीचा हिरा भाऊबीजेची भेट म्हणून ओवाळणी घालणाऱ्या बंधुराजांनी बहिणीची एवढी विनंती मानावी.”

पंगत बसली, पंगत उठली.

निरोप देताना महाराणी म्हणाल्या,

“खंडो बल्लाळ, इथून पुढं प्रत्येक स्वारीत स्वारींबरोबर राहायचं.”

मुजरे झडले. मंडळी पांगली.

तुंगातीरीचे पाच जंगम तीर्थयात्रा करीत करीत एके दुपारी बेंगळूरच्या जुन्या, पडक्या, उद्ध्वस्त धर्मशाळेमध्ये मुक्कामाला आले. त्याच धर्मशाळेत आधीच काही गावकरी उतारू येऊन राहिले होते. मुलूख शुद्ध कानडी, गावकरी उतारूही कानडी. त्यांनी जंगमांची चौकशी केली. त्यांच्यातील चौघे गप्प असत. पाचवा एकटाच बोले. कानडी प्रश्नांचा अंदाज घेऊन तो म्हणाला,

‘हम बैरागी, काशीसे आये, रामेश्वर चलेंगे.’

इतर उतारू आपल्या कामास निघून गेले.

पाच जंगमांच्यापैकी दोघेजण एका गौरकाय राजबिंड्या जंगमाला म्हणाले,

“महाराज, थोडी विश्रांती घ्यावी. तासाभरात खिचडी तयार होईल. लगेच पान मांडून बोलवायला येतो.”

भिंतीआड दगडाच्या चुली मांडून, दूध घालून आंबेमोहराची खिचडी त्यांनी

शिजायला टाकली, मग ते एकमेकांत बातचीत करू लागले.

"प्रल्हादपंत, शिवछत्रपती आग्र्याहून गोसाव्याच्या वेषात कसे बरे परत आले असतील?"

"मनाच्या जिद्दीवर, शिकंदर नशिबाच्या जोरावर. खंडोजीराव, बेंगळूरपर्यंत तर मजल मारली. आता कशीही जिंजी गाठू. बाकी महाराष्ट्रापेक्षा या कानडी मुलखात धोका जरा कमी दिसतो."

"प्रल्हादपंत, त्या दुष्ट, घातकी औरंगजेबाचं काही सांगू नका. तो पाताळयंत्री आहे. तो अधिक धूर्त आणि लोक भोळ्या सांबाचे अवतार. जगात काही वाईट असतं यावर विश्वास बसत नाही आमचा. शहेनशहा बाबर आपण होऊन निघून जाईल याची नुसती वाटच पाहत बसलो आपण. त्याच वेळी बाबराचा एकजुटीने पुरता निकाल लावला असता, तर आज हे आलमगिरी संकट शिल्लकच राहिलं नसतं. प्रत्यक्ष जिंजीच्या पायथ्याशी आपण आलो तरी धोका टळला आहे, असं मी मानायला तयार नाही."

"तुमचंही म्हणणं काही खोटं नाही. संभाजी महाराजांना सांभाळण्याची तुम्ही थोडी का धडपड केलीत? पण लहानशी गाफिली त्यांच्या प्राणावर बेतली. काय झुंझार लढवय्या! आणखी काही दिवस स्वराज्याला लाभायला हवा होता. असो."

"हो! ते खरं; पण खिचडी शिजली का पाहा. महाराजांना बरीच भूक लागली असेल."

खिचडी शिजून तयार झाली. ती निखाऱ्यावर ठेवली गेली. चुलीवर पाणी गरम होऊ लागले.

इकडे तीन जंगमांपैकी जो राजबिंडा होता, तो जाड पालपट्टीवर आडवा झाला. काखेची झोळी त्याने उशाला घेतली होती. आसपास कुणी चिटपाखरू नाही, असे पाहून दुसरे दोघे त्याचे पाय चेपू लागले. तेव्हा तो त्यांना म्हणाला,

''संताजीराव-धनाजीराव, पुरे आता. तुम्ही काय माणसं नाहीत? तुम्ही काय थकला नाहीत? वाईट इतकंच वाटतं, आमच्या नशिबीचा वनवास तुमच्यासारख्या रणमर्दांना भोगावा लागत आहे.''

''महाराजांनी मुळीच चिंता करू नये,'' धनाजीराव म्हणाले. या भोगाची अखेर अखेर गोडच होणार. शिवाय वनवास कुणाला चुकलाय? मर्यादापुरुषोत्तम प्रभू रामचंद्राला वनवास चुकला काय? अखेर सीतामाई त्यांना मिळालीच. पराक्रमी भीमार्जुनांना वनवास चुकला काय? अखेर शंभर कौरवांचा नि:पात करून ते विजयी झालेच. शिवछत्रपती तरी आग्ऱ्याहून कसे आले? अखेर तख्ताभिषिक्त राजे ते झालेच ना?''

''पण दादासाहेब महाराजांचा अंत पाहिला की वाटतं–''

''महाराज, नुसतं वाटत नाही, माझ्या तळपायाची आग मस्तकाला जाते,'' संताजीरावांच्या संतापाचा पारा चढू लागला. ''प्रत्यक्ष त्या आलमगिराची व माझी समोरासमोर भेट व्हायला हवी. त्याला माझ्या तलवारीचं पाणी एकदा दाखविल्याशिवाय हा संताजी शांत होणार नाही.''

''शांत व्हा संताजीराव, सध्या आपण कोणत्या परिस्थितीत आहोत याचा विचार करा.''

''तेही खरंच महाराज. रायगडला वेढा पडला. आपण प्रतापगडी आलो. प्रतापगडाकडे आलमगीर वळला, आपण पन्हाळगडी आलो. पन्हाळगडावरचं वास्तव्य धोक्यात येताच आपण जिंजीची वाट धरली. आता तर बेंगळूरपर्यंत येऊन पोहोचलो. याचा अर्थ दैवाचा कौल आपल्या बाजूला आहे. हे सुखवस्तू मुसलमान दक्षिणेत किती दिवस टिकाव धरतील? महाराज, आपण निश्चिंत असावं. जोपर्यंत या संताजी-धनाजींच्या प्राणाची ढाल आपल्या पाठीशी आहे तोपर्यंत आलमगीरच काय, पण प्रत्यक्ष–''

''खिचडी तयार आहे महाराज,'' प्रल्हादपंत हातात गरम पाण्याचा लोटा घेऊन म्हणाले,

''आता पाय धुण्यासाठी उठावं.''

राजाराम महाराज उठले. धनाजीने पाय पुसण्यासाठी हातात वस्त्र घेतले. प्रल्हादपंत गरम पाण्याने महाराजांचे पाय धुऊ लागले. इतक्यात-

काही कानडी गावकरी हे दृश्य वाकून पाहत आहेत, हे भिंतीजवळून खंडो बल्लाळाने हेरले. गावकरी कानडीत बोलत होते–

"हा कुणी महान विरक्त साधू असावा."

"कुणी धनवान शेठ असावा."

"...कुणास ठाऊक! दक्षिणेस परागंदा झालेल्या मराठ्यांचा राजाही असू शकेल."

"... त्याचं ते क्षात्रतेज, गोरा वर्ण, सरळ नाक, रुबाबदार दाढी, नक्की तो मराठी राजाच."

"बादशाही ठाणेदाराला वर्दी दिली तर नशीब उजाडेल तीन पिढ्यांचं."

सारे गावकरी लगबगीने पार गावाच्या दिशेने पळाले. खंडो बल्लाळने पुढे येऊन ही सारी हकिगत सर्वांना सांगितली. राजाराम महाराज म्हणाले,

"आता आपण भोजन करून ताबडतोब आगेकूच करू, म्हणजे तितका धोका कमी."

या नामी कल्पनेचे खंडो बल्लाळ सोडून साऱ्यांनी स्वागत केले. आपली तीव्र

नापसंती स्पष्टपणे दर्शवीत खंडो बल्लाळ म्हणाले,

"अशा करण्याने ठाणेदाराचा संशय बळावेल, बंदोबस्त कडक होईल आणि हकनाक आपण पकडले जाऊ."

"आमच्या झोळीत भिक्षा नाही, ढालीतलवारी आहेत," संताजी- धनाजी एकदम गरजले.

"रणमर्दांनो, तुमच्या पराक्रमाची शंका का घेतो आहे मी? पण प्रसंग पाहा. मी व प्रल्हादजी मागे राहतो. आपण अंधार पडताच जलद आगेकूच करा. मागचं काही बरंवाईट असल्यास आम्ही निभावून नेऊ. तेवढी तुमच्या सुरक्षिततेत भरच पडेल."

खंडो बल्लाळांचा सल्ला नेहमी मोलाचा असतो, असाच सर्वांचा अनुभव. सायंकाळ झाली. अंधार पडू लागला. खंडोजी-प्रल्हादजी म्हणाले,

"संताजीराव-धनाजीराव, लाख मोलाचा हा मराठ्यांचा मोहरा तळहातावरील फोडाप्रमाणे तेल घालून जिंजीला न्या. मागोमाग आम्ही येतोच."

गहिवरून येऊन राजाराम महाराज म्हणाले, "तुम्हाला सोडून जाणं आम्हाला भागच आहे; पण जपून सावधानतेनं राहा आणि पुढे लवकर आम्हाला मिळा. तोपर्यंत आमच्या चित्तास स्वस्थता लाभणार नाही."

संताजी-धनाजी राजाराम महाराजांना घेऊन गेले. एक समाधानाचा निश्वास टाकून पथारी पसरीत खंडो बल्लाळ प्रल्हादपंतांना म्हणाले,

"महाराजांच्या सुरक्षिततेची आता काळजी नाही. आमचं काहीही होवो."

निश्चिंतपणे दोघांनी पथारीवर अंग टाकले.

कधी नव्हती एवढी गाढ झोप त्यांना लागली. कोंबडे आरवले तरी जाग आली नाही; पण सकाळी बादशाही ठाणेदाराचे चार शिपाई तेथे येऊन गरजले,

"उठा, कोण आहात तुम्ही?"

खंडोजी-प्रल्हादजी जागे झाले. प्रसंगाची त्यांना तत्काळ जाणीव झाली; पण तो इतक्या लवकर गुजरेल याची त्यांना कल्पना नव्हती. आळोखेपिळोखे देत खंडो बल्लाळ म्हणाले,

"हा मुका आहे. हा आजारी आहे. काय हवंय आपल्याला?"

"चला. तुम्हाला ठाणेदारसाहेबांनी ताबडतोब बोलावलं आहे. तुम्ही फार भयंकर लोक आहात म्हणे!"

ते दोघे त्या शिपायांबरोबर जाऊ लागले. प्रल्हादपंतांनी खंडोजींना इशारा दिला.

यांना गुंगारा देऊन आपण सहज पळून जाऊ, हा इशारा त्या शिपायांच्या ध्यानात येऊ नये म्हणून खंडो बल्लाळ त्या शिपायांना अदबीने सांगू लागले,

"हा मुका आहे, हा आजारी आहे. थोडं सावकाश चला. आपण न्याल तिथे येण्यास आम्ही आनंदाने तयार आहोत."

अर्ध्या तासाचे अंतर चालून जाण्यास त्यांनी तब्बल एक तास लावला. ते बादशाही ठाण्यावर आले. तिथे उभे असलेले कानडी उतारू अधीरतेने म्हणाले,

"ठाणेदारसाहेब, हे पाच जण होते. यातला हा पुढचा त्या तिघांतल्या एकाच्या पायावर गरम पाणी घालीत होता."

ठाणेदाराने नजर रोखून विचारले,

"बोला तुम्ही कोण?"

"हा मुका आहे, आजारी आहे."

खंडो बल्लाळच्या उत्तराने ठाणेदार चिडला. तो म्हणाला,

"मग तुला तर बोलता येतं ना? बोल, कोण तुम्ही?"

''सरकार, तुंगातीरीचे जंगम.''

''कुठून आलात? कुठं चाललात?''

''काशीहून रामेश्वरकडे.''

''मग तुमचे साथीदार कुठे आहेत?''

''कोण साथीदार? आम्ही चोर, डाकू नाही.''

प्रल्हादपंत वळवळ करू लागले. इतक्यात खंडो बल्लाळ म्हणाले,

''हा मुका आहे, आजारी आहे.''

या उत्तराने ठाणेदार अधिक चिडला. हातातला कोरडा फटकारीत तो म्हणाला,

''सांगा. बाकीचे तिघे कुठं आहेत?''

''माहीत नाही; पण ते म्हणत होते–''

''काय म्हणत होते?''

''रामेश्वरहून आलो, काशीला चाललो. रात्रीच गेले ते. एव्हाना त्यांनी हरिहर गाठलं असेल.''

''मग त्यातल्या एकाच्या पायांवर तू पाणी का घातलंस?''

''मी? छे! छे! मी कशाला पाणी घालू? माझा काय संबंध?''

तिथे उभे असलेले कानडी उतारू मध्येच म्हणाले,

''ठाणेदारसाहेब खोटे बोलतो आहे हा. आम्ही काल आमच्या डोळ्यांनी प्रत्यक्ष पाहिलं. तो परागंदा झालेला मराठ्यांचा राजा होता. हे त्याचेच साथीदार असले पाहिजेत.''

मराठ्यांचा परागंदा राजा म्हणताना कानडी उतारूंच्या तोंडाला बक्षिसाच्या लालसेने पाणी सुटले. जहागिरीच्या लोभाने ठाणेदाराचा चेहरा फुलून गेला; पण निघून गेलेल्या त्या तिघांत तो राजा नसेल ना, या शंकेने ठाणेदाराची पायाची आग मस्तकाला पोहोचली. त्याने हबशी शिपायांना हुकूम सोडला.

''शंभर शंभर कोरडे ओढा. पाठीचं धिरडं करा. राखेचे तोबरे द्या. तीन तीन मणांचे दगड डोक्यावर चढवा. लोखंडी बेड्यांनी जेरबंद करा. अंधारकोठडीत टाका. काही कबूल केलं तर ठीक; नाहीतर तीन दिवसांनी याच वेळेला इथं आम्हास वर्दी द्या. न्या त्यांना कोठडीत. सांभाळा! पळून जातील. हुकमाची योग्य अंमलबजावणी करा.''

बरोबर तीन दिवसांनी हबशी शिपाई ठाणेदाराकडे आले आणि म्हणाले,

''साब. फारच हाल हाल केले त्यांचे. काही सांगत नाहीत. बोलत नाहीत. नुसता देवाचा जप करीत आहेत तोंडानं. यात्रेकरूच दिसतात. सोडून द्या. मरतील. मेले तर

अल्ला आपणावर रहम करणार नाही.''

ठाणेदार दचकला. तत्काळ त्याने खंडो बल्लाळ व प्रल्हादपंत यांना मुक्त करण्याचा हुकूम दिला.

खंडो बल्लाळ व प्रल्हादपंत यांनी बेंगळूर सोडले. त्यांनी थेट जिंजीचा रस्ता धरला. वाटेत चालता चालता प्रल्हादपंत म्हणाले,

''खंडोजी, मला मुक्याचं सोंग घ्यायला का लावलंत? आणि पळून जाण्याची नामी संधी का दवडलीत?

''प्रल्हादपंत, त्यामुळं तुमचं बोलणं बंद झालं. दोघांच्या बोलण्यात पुष्कळ वेळा विसंगती येण्याची शक्यता असते. शिवाय आजारी म्हणून कोरडेही कमी मिळाले. समजा आपण पळून गेलो असतो तर पाठलाग चुकला नसता. संशय बळावला असता. इकडे आम्ही पकडलो गेलो असतो आणि तिकडे महाराजही. तीन दिवस आम्ही हाल सोसले; पण महाराजांना जिंजी गाठण्यास तेवढीच उसंत मिळाली. महाराजांचं केव्हा एकदा दर्शन होईल, असं झालं आहे मला.''

अत्यंत सावधगिरीने त्यांनी मजल-दरमजल केली व अखेर जिंजी गाठली. निसर्गसौंदर्याने नटलेला तो मनोहर मुलूख पाहून त्यांच्या डोळ्याचे पारणे फिटले. त्यांचा आनंद गगनात मावेना. महाराजांनी सर्व हकिगत विचारताच प्रल्हादपंत खंडो बल्लाळांकडे पाहत म्हणाले,

''मी आता मुका नाही आणि आजारीही नाही.''

घडलेली विलक्षण रोमांचकारी हकिगत जशीच्या तशी प्रल्हादपंतांनी महाराजांना निवेदन केली. ती ऐकताना महाराज, संताजी आणि धनाजी यांच्या डोळ्यातून सतत अश्रुधारा वाहू लागल्या. हकिगत संपल्यावर महाराजांनी खंडो बल्लाळांना पोटाशी धरले आणि ते म्हणाले,

''खरोखर, आबासाहेबांच्या पुण्याईनंच तुमच्यासारखी स्वामिनिष्ठ नररत्नं आमच्या पदरी आहेत. धन्य तुमची देशभक्ती! धन्य तुमची स्वामिनिष्ठा!''

जिंजीला विस्तीर्ण वेढा पडला होता. तो वेढा दिवसेंदिवस आवळला जात होता. अशा वेळी एके दिवशी सायंकाळी कुणी एक घोडेस्वार धाडस करून घोड्यावरून घाईघाईने गड उतरू लागला होता. आपण सहजासहजी ओळखले जाऊ नये म्हणून त्याने

डोक्यावरील मुंडासे काहीसे विस्कळीत व सैल बांधले होते. शेमला गळ्याभोवती गुंडाळला होता. पाठीला कासवी ढाल व कमरेला विजयी तलवार होती. कुणालातरी भेटण्याची त्याला घाई लागून राहिली होती. गडाच्या सभोवती मोगलाचे अफाट सैन्य वेढा घालून बसले होते. एक, दोन नव्हे तर सात वर्षे व पाचपंचवीस नव्हे तर साठ हजार सैनिक. अखेर सेनापती झुल्फिकार-खानाला निरोप आला की, सहा महिन्यांच्या आत गड सर झालाच पाहिजे. मराठेशाही पुरती बुडवून टाकायला आलमगीर आतुर झाला होता. तो वीर घोडेस्वार आपले घोडे मुसंडी मारून वेगाने दामटीत असता एका मोंगली अधिकाऱ्याने त्याला हटकले आणि विचारले,

"कोण तू? इतक्या घाईनं कुठं चालला आहेस?"

"जनाब, मी शिर्क्यांचा शिलेदार आहे. त्यांच्या कामगिरीचा निरोप त्यांना पोहोचवायला निघालो आहे."

शिर्क्यांचा माणूस म्हटल्यावर त्याला कोण अडविणार? शहजादा मुआज्जम व झुल्फिकारखान यांच्या रस्सीखेचीत वेढा सात वर्षांपर्यंत लांबला; पण सारी घाई गणोजी शिर्क्यांनाच लागून राहिली होती. सुडाच्या भावनेने ते पेटले होते. गणोजी शिर्के हे जिंजी वेढ्यात एक प्रस्थ होऊन बसले होते.

तो मोगल अधिकारी त्या घोडेस्वारास म्हणाला,

"ठीक. ठीक. जा. शिर्क्यांचा तळ जरा पलीकडे शेजारीच आहे; पण इतकी

घोडदौड कशासाठी? शिवाय गणोजीराव तर आताच इथून गेले. भेटले नाहीत तुला वाटेत?''

''नाहीत. डेऱ्यातच जातो त्यांच्या. येतीलच इतक्यात.''

त्या धाडसी घोडेस्वाराला आयताच शिर्क्यांच्या तळाचा पत्ता लागला. फार वेळ शोध घेण्यात त्याचा वेळ गेला नाही.

स्वार शिर्क्यांच्या तळावर आला. त्यांच्या डेऱ्याजवळच्या पहारेकऱ्याने त्याला अडविले; पण शिर्क्यांची सर्व माहिती सांगणारा मराठी माणूस म्हणून त्याला आत जाऊ देण्यात आले.

अनोळखी स्वार डेऱ्यावर आलेला पाहून एक तरुण शिर्क्यांच्या डेऱ्यातून चौकशी करण्यासाठी पुढे आला. इतक्यात त्या स्वाराने आपले घोडे बांधले व त्या तरुणाला आलिंगन देऊन तो म्हणाला,

''बेटा रामोजी, केवढा मोठा झालास?''

''कोण तुम्ही? मी तुम्हाला ओळखलं नाही.''

''पोरा, छोटा होतास तेव्हा अंगाखांद्यावर खेळवलं होतं मी तुला. केवढ्या उफाड्याने वाढलास!''

रामोजीने त्या स्वाराला बसवून घेतले. गूळपाणी दिले. रामोजी म्हणाला,

''बाबा, मी तुम्हाला ओळखलं नाही. गणोजीकाका बाहेर गेलेत, घटकाभरानं येतील.''

''कुठं गेलेत ते?''

''खानाकडे मसलतीसाठी. झुल्फिकारखानापेक्षा काकांनाच घाई झालीय, जिंजी जिंकण्याची. त्यांना एका सुडाशिवाय काही दिसत नाही. काही सुचत नाही. मी तर कंटाळून गेलोय. धरलं तर चावतंय आणि सोडलं तर पळतंय, अशी माझी गत झालीय.''

''का बरं बेटा, सुखात आहेस ना?''

''कसलं सुख? पिंजऱ्यातल्या पोपटाचं जिणं हे. समान शत्रू म्हणून जडलेली मैत्री का कधी टिकते? मला तर या लाचारीचा...''

इतक्यात सरदार गणोजी शिर्के बरोबरच्या स्वारांना रजा देऊन हुऽश्श हुऽश्श करीत आत आले. त्यांनी या अनोळखी स्वाराकडे एकटक नजरेने निरखून पाहिले. मिनिटभर कुणीच बोलले नाही. ही शांतता भंग करण्यासाठी रामोजी म्हणाला,

''काका, केव्हाचे येऊन बसलेत हे! आणि म्हणतात, मला लहानपणी

अंगाखांद्यावर खेळवलंय. खरं का हो काका? हे कोण?''

''बेटा, अशी घाई करू नकोस. माझा तर्क खरा असेल तर फार बडे असामी आहेत हे आणि आम्हाला फार मोठा नजराणा घेऊन आलेत हे. खरं ना हे खंडो बल्लाळ?''

'खंडो बल्लाळ' हे नाव कानी पडताच रामोजीने ताडकन उडी मारली. तो म्हणाला,

''कोण, खंडो बल्लाळ? महान स्वामिनिष्ठ, स्वराज्यसेवक खंडो बल्लाळ? वडिलांच्या मृत्यूचं वैर विसरून संभाजी महाराजांना खाडीतून वाचविणारे खंडो बल्लाळ? काका, आज हा डेरा पुनीत झाला.''

''गप रे पोरा, तुझी बडबड बंद कर. आधी हे खंडो बल्लाळ आहेत का, ते मला समजू दे.''

''होय गणोजीराव, तुमची धूर्त नजर तुम्हाला कशी दगा देईल? फक्त तिची दिशा चुकली आहे इतकंच.''

''म्हणजे? मतलब?''

''स्वराज्यरक्षणाच्या कामी ती लागण्याऐवजी कुऱ्हाडीचा दांडा होऊन बसली आहे!''

''काय? माझ्या छावणीत माझा अपमान? तुम्हाला पकडून खानाच्या स्वाधीन

करीन तर तब्बल पाच हजारांचा धनी होईन.''

''आणि या पराक्रमाबद्दल पुढील पिढ्या आपलं यशोगान गातील; पण जाऊ द्या ते. गणोजीराव, एका महत्त्वाच्या कामासाठी मी आपणाकडे आलो आहे. एक प्रकारची भीकच म्हणा ना. या भिकेसाठी मी तुम्हाला पाचच काय, पण दहा हजारही द्यायला तयार आहे.''

''बोला, तुम्हाला काय हवं आहे?''

''राजाराम महाराजांची सुटका. वेढा तीव्र होत आहे. शिबंदी संपत आली आहे. महाराज संकटात आहे. तेव्हा–''

''ते शक्य नाही. भोसले माझे हाडवैरी आहेत. त्यांनी आमचं शिरकाण केलं. त्यांचा सूड घेतल्याशिवाय हा गणोजी स्वस्थ बसणार नाही.''

''असं म्हणू नका गणोजीराव. भोसले स्वराज्याचे स्वामी आहेत. संभाजी महाराजांच्या निधनाबरोबर तुमचं वैर संपलं पाहिजे. राजाराम महाराजांनी तुमचं काय केलंय? ते तर उदार, संतवृत्तीचे सत्पुरुष आहेत.''

''असतील. मला काय त्याचं? काशीपासून रामेश्वरपर्यंत आता आलमगिरी राज्य व्हायला घातलंय. त्याच्यापुढे काय टिकणार हे तुमचे छत्रपती?''

''टिकोत न टिकोत. आपण आपलं कर्तव्य करावं. बाकी सगळं देवार्पण करावं. छत्रपती राहतील तरच स्वराज्य राहील. स्वधर्म राहील तरच स्वाभिमानानं जगता येईल. गणोजीराव, ज्यात स्वत्व नाही, स्वाभिमान नाही ते हो कसलं जिणं?''

खंडो बल्लाळांचे हे उद्‌गार गणोजी शिर्क्यांच्या मनाच्या कोपऱ्यात कुठंतरी विलक्षण आघात करून गेले. कदाचित मोगली जुलमाचा उबग याला कारणीभूत असेल, कदाचित आलमगिर सरदारांनी केलेला पाणउतारा कारणीभूत असेल, कदाचित हबशांनी देवदेवतांचा केलेला अपमान कारणीभूत असेल. रामोजी तर खंडो बल्लाळांच्या बोलण्याने दिपूनच गेला. तो म्हणाला,

''काका, थोडं खाऊन घेऊन मग बोलत बसलात तर–?''

ताटे तयार असल्याची वर्दी आली. दोघांनी भोजन केले. खंडो बल्लाळांचे भोजनावर लक्ष नव्हते, तर गणोजी पोटभर जेवून ढेकर देत म्हणाले,

''खंडो बल्लाळ, एक गोष्ट विसरूनच गेलो. छत्रपतींनी आमचं वतन जप्त केलं. त्याचं काय?''

''ते मी परत द्यायला लावतो.''

“किती वेडे आहात तुम्ही खंडोजीराव! अहो, ते तर मोंगलांनी जिंकून कधीच आपल्या मुलखाला जोडलंय. बाकी तुमच्या छत्रपतींचं स्वराज्यच जिथं फिरतीवर आहे तिथं–”

“नका नका गणोजीराव, असा नकार देऊ नका. मोठ्या आशेनं मी तुमच्याकडे आलो आहे. माझी निराशा करू नका. वाटल्यास हा खंडोजी तुमच्याकडं ओलीस राहील, तुमची हवी ती सेवाचाकरी करील.”

“नाही नाही! हा सौदा मुळीच जमणार नाही!” गणोजी शिर्क्यांनी निक्षून सांगितलं. ते पुढे म्हणाले, “माझं वतन मला परत मिळाल्याशिवाय या विषयावर मी बोलायलाच तयार नाही.”

खंडो बल्लाळ खट्टू झाले. त्यांना काहीच सुचेना. वतनपूर्तीशिवाय गणोजी काही बोलायला तयार नव्हते, हे पाहून अतीव दु:ख झाले.

पाच मिनिटं नीरव शांतता पसरली. काकांचा हट्ट रामोजीला आवडला नाही. पण त्याचे काय चालणार होते!

एक विलक्षण कल्पना खंडो बल्लाळांच्या काळजात चमकली. आनंदाने बेहोष होऊन ते म्हणाले,

“गणोजीराव, आता माघार घेऊ नका. माझं दाभोळीचं वतन अद्याप शाबूत आहे. त्याच्यावर मोगली धाड पडलेली नाही आणि पडण्याची सुतराम शक्यता नाही. ते आपल्या वतनापेक्षा निश्चित उजवं आहे. ते मी तुमच्या नावे करून देतो!”

“अहो, पण ते नुसतं करून देऊन कसं चालेल? वतनपत्रावर तुमच्या छत्रपतींच्या

मोहरा हव्यात ना!''

"त्या जरूर मिळतील.''

खंडो बल्लाळांनी समाधानाचा नि:श्वास सोडला. ते रातोरात स्वार होऊन गडावर गेले. राजाराम महाराजांना भेटले. त्यांनी मोहरबंद सनदा आणल्या. त्या गणोजी शिर्क्यांच्या स्वाधीन करून खंडो बल्लाळ म्हणाले,

"गणोजीराव, मी तुमचे उपकार जन्मभर विसरणार नाही. आता कामात कसूर होऊ नये.''

स्वराज्यासाठी तनमनच नव्हे तर धनही अर्पण करणाऱ्या खंडो बल्लाळांची स्वामिनिष्ठा पाहून गणोजी शिर्के दिपून गेले. मनापासून ते मसलतीत सामील झाले आणि वेढ्याबाहेर असलेल्या धनाजी जाधवांच्या फौजेत त्यांनी राजाराम महाराजांना सुखरूप पोहोचते केले.

चंद्रसेनाची बंडाळी मोडली. शाहूराजे विजयी झाले. सारा सातारा आनंदित झाला होता. परशुरामपंत प्रतिनिधी या मोहिमेवर असताना परत स्वत: शाहूराजे का गेले याचे सर्वांना कोडे पडले होते. कुणी तर्क करीत पंतांना कुमक कमी पडली असेल आणि दुसऱ्या कुणाला पाठविण्यापेक्षा शाहूराजे स्वत: गेले असतील. राजांना धन्यवाद देण्याकरिता 'अजिंक्यतारा' उतरून खंडो बल्लाळ खाली आले. वाड्यावर जाऊन त्यांनी राजांना अभिवादन केले. तोच राजे म्हणाले,

"खंडोजीराव, आलात? फार फार बरं झालं. नाहीतर आम्ही आमंत्रणच पाठवणार होतो. सारे ठीक आहे ना?''

"होय, दयाळू देवाच्या कृपेनं आणि आपल्यासारख्यांच्या आशीर्वादानं! सेवकाचं स्मरण का बरं झालं?''

"दोन घटकांत आपोआपच कळून येईल. प्रथम भोजन आटोपून घेऊ या. नंतर एक अघटित घडणार आहे.''

भोजने आटोपली.

मोहिमेत किती स्वार, पायदळ कामी आले, स्वारींना कुठे लागले नाही ना, किती लूट मिळाली इत्यादी सर्व बारीकसारीक माहिती खंडो बल्लाळांनी राजांना विचारली.

महाराज उत्तर देत होते; पण त्यात त्यांचे मन नव्हते. ते म्हणाले,

"बोला खंडोजीबाबा–"

"काय महाराज?"

"मोठी मोठी माणसंसुद्धा विश्वासघात का करतात? आपल्या निष्ठा का टाकतात? कलियुगाचा तर हा महिमा नसेल?"

"असं कसं होईल महाराज? अल्पवयात तोरण्यावर विजयपताका लावणारे शिवप्रभू, प्राणांची बाजी लावून कोंढाणा सर करणारे तानाजी मालुसरे, तलवारीच्या एकाच फटक्यात उन्मत्त हत्तीची सोंड छाटणारे येसाजी कंक, 'महाराज गडावर सुखरूप पोहोचले. मी आनंदानं आता मरायला तयार आहे,' असं म्हणणारे नरवीर बाजीप्रभू ही सारी कलियुगातीलच माणसं ना?"

अशाच गोष्टी चालल्या असता एक स्वार वर्दी देण्याकरिता आला.

"महाराज, आपल्या हुकमाप्रमाणं मुसक्या बांधून, जेरबंद करून आणलंय परशुरामपंतांना. येथवर त्यांना घेऊन येण्याचा हुकूम व्हावा."

"चला जा, लवकर घेऊन या."

"काय? पंत प्रतिनिधी आणि जेरबंद?"

खंडो बल्लाळ बुचकळ्यात पडले. शाहू महाराज खंडो बल्लाळांना उद्देशून म्हणाले,

"बाबा, प्रतिनिधींनी या शाहूची आतापर्यंत कोमलताच अनुभवली. आज त्यांना कठोरता अनुभवायची आहे. त्यांना आज कळेल, लाडासुखात मोगलाईत वाढलेला हा शाहू अखेर सह्याद्रीच्या शेराचाच छावा आहे!"

"महाराज, भावनावश होऊ नये, सबुरीनं घ्यावं."

हुकमाप्रमाणे प्रतिनिधींना शाहू महाराजांच्या समोर उभे करण्यात आले. त्यांना पाहताच राजांचा क्रोध अनावर झाला. त्यांना आवरणे आता कुणालाच शक्य नव्हते.

भेदक नजरेने प्रतिनिधीकडे पाहत महाराज गरजले,

"चंद्रसेनाची बंडाळी मोडण्यासाठी मोठ्या विश्वासानं आम्ही तुमची रवानगी केली. ती कामगिरी तुम्ही कशी पार पाडलीत? शत्रूशी नव्हे लुटारूशी हातमिळवणी करून. इतकंच नव्हे तर लगोलग आमच्यावर मोहीम काढलीत. आम्हाला यश मिळालं." खंडो बल्लाळांकडे वळून महाराज कंठ दाटून म्हणाले, "आणि बाबा, आम्ही पराभूत झालो असतो तर?"

"देव तारी त्याला कोण मारी!"

"बरोबर आहे खंडोजीबाबा. आता या पंतांचं वतन, त्यांचा देव सरकारजमा करणार आहे. घरदार, जमीनजुमला जप्त करणार आहे. बेइमानीबद्दल दहशत बसावी म्हणून त्यांचे डोळे काढणार आहे आणि त्यांना अंधारकोठडीत फेकून देणार आहे. बोला परशुरामपंत, आता तुम्हाला कोण तारणार?"

परशुरामपंतांची खाली गेलेली मान वर झाली नाही. मरणाच्या भीतीने आणि अपराधाच्या पश्चात्तापाने त्यांच्या नेत्रांतून अश्रूंची सतत धारा वाहत होती. दोन मिनिटे पसरलेली भयानक शांतता खंडो बल्लाळांनी भंग केली, ते म्हणाले,

''सेवकानं मर्यादाभंग केल्याची क्षमा असावी. महाराज, आधी शांत व्हा. राजकर्त्यांनी इतकं कोपाविष्ट होता कामा नये. थोरल्या महाराजांनी शंभूराजांनी हेच केलं. शिर्क्यांचं शिरकाण, अण्णाजींना देहान्त प्रायश्चित्त. बाळाजी आवजींना– आमच्या वडिलांना–हत्तीच्या पायाखाली आणि सोयराबाईसाहेबांना– नको नको महाराज, इतिहासाची पुनरावृत्ती होता कामा नये.''

''बाबा, एक विचारू?''

''आपला सेवक यथामती उत्तर देण्यास तयार आहे.''

''शिर्क्यांचं शिरकाण होताच गणोजीनं काय केलं?''

''ते शत्रूला मिळाले.''

''बाळाजी आवजींना हत्तीच्या पायाखाली चिणलं, मग खंडो बल्लाळांनी काय केलं?''

खंडो बल्लाळ काहीच बोलले नाहीत.

''बोला, असे शांत का? तुम्ही शत्रूला का मिळाला नाहीत?''

''सूडापेक्षा स्वराज्याची सेवा शतपटीनं श्रेष्ठ!''

''मग सांगा या प्रतिनिधींना समजावून.''

''महाराज, पंतपेशव्यांनी गुन्हा केला तर शिवप्रभूंनी शासन तर केलंच; पण ती गोष्ट एका कानाची दुसऱ्या कानाला कळू दिली नाही. मामला मजवर सोपवावा. स्वराज्याला हितकारक असाच आम्ही तो सोडवण्याचा प्रयत्न करू.''

शाहूराजे शांत झाले.

त्यांनी त्यांच्या खंडोजीबाबांवर पूर्ण विश्वास टाकला.

प्रतिनिधींना मुक्त करण्यात आले.

खंडो बल्लाळांच्या हितोपदेशाने प्रतिनिधी पश्चात्तापाने पुरे पोळून गेले. त्यांचे घर, त्यांच्या जमिनी त्यांना परत मिळाल्या; मात्र वतन जप्त झाले. खंडो बल्लाळ प्रतिनिधींना म्हणाले,

''पंत, झालं गेलं विसरून जा. इमानाला जागून काही पराक्रम करून दाखवा. शाहूराजे भोळासांब आहेत. लगेच प्रसन्न होतील आणि तुमचं वतन तुम्हाला परत देतील.''

''खंडोजीराव,'' प्रतिनिधी कंठ दाटून म्हणाले, ''प्रतिनिधींचं घराणं तुमचे हे अनंत उपकार कधीच विसरणार नाही.''

प्रतिनिधींच्या घराण्यात एक विलक्षण चाल आहे. चिटणिसांचा माणूस श्राद्धाला आल्याशिवाय प्रतिनिधींचं श्राद्धकर्म पूर्ण झालं, असं मानत नाहीत.

या रूढीचा या घटनेशी काही संबंध तर नसेल?

परशुरामपंतांनी दगलबाजी केली. शाहूराजांनी त्यांना कठोर शिक्षा फर्मावली. खंडो बल्लाळ मधे पडले, म्हणून शाहूराजांना शिक्षा माफ करावी लागली. केवळ वतन जप्तीवरच काम निभावले. खंडो बल्लाळ हे प्रौढ, अनुभवी, सच्चे स्वराज्यसेवक, म्हणूनच शाहूराजांनी त्यांची सलाह मानली. पुढे ती सलाह योग्य होती, याचा अनुभव जेव्हा शाहूराजांना आला, तेव्हा त्यांनी खंडो बल्लाळांना धन्यवाद दिले.

असेच एकदा गडावरून आठ-पंधरा दिवस खंडो बल्लाळ मुजऱ्यास आले नाहीत म्हणून थोडीशी काळजी वाटत असतानाच गडावरून हेरकरी निरोप घेऊन आला. शाहूराजांकडे येऊन तो म्हणाला,

"महाराज, चिटणिसांची तब्येत नादुरुस्त आहे."

"अस्सं! किती दिवस झाले?"

"आज पंधरा दिवस होत आहेत."

"नि आम्हाला इतक्या उशीरा खबर!"

"नोकरांना त्यांनी सक्त ताकीद दिली होती की .."

"काय ताकीद दिली होती?"

"राजांच्या कानी आमचं आजारपण घालू नका, नाहीतर तातडीनं ते महत्त्वाची कामं बाजूस सारून आमची विचारपूस करायला येतील."

"तरीच गेले पंधरा दिवस त्यांच्याकडील काही वार्ता आमच्या कानी आली नाही," शाहूराजांनी हेरकऱ्याला निरोप दिला.

"आम्ही आजच गडावर विचारपूस करण्यासाठी राजवैद्यांना घेऊन येत आहोत."

हेरकरी निरोप घेऊन गेला.

शाहूराजे राजवैद्यांना बरोबर घेऊन गडावर गेले. जाताना त्यांचा डावा डोळा लवत होता. पायाच्या तळव्याला खाज सुटत होती. रानातल्या टिटवीचा आवाज त्यांच्या कानी येत होता. ते अगदी गडाच्या दरवाजाजवळ आले तो दिवसाढवळ्या पिंपरणीच्या ढोलीतून घुबड घुत्कारताना त्यांनी ऐकले. शाहूराजांनी राजवैद्याकडे या गोष्टींचा खुलासा विचारला. हे सारे अपशकुन होते. त्यातील केवळ एक खतरनाक तर चारी एक आल्यास केवळ कल्लोळ होय, असे राजवैद्य म्हणाले.

शाहूराजे आणि राजवैद्य विषण्ण मनाने चिटणीसांच्या चौसोपी वाड्यात आले. चिटणीसांना ताप होता. त्यांच्या डाव्या पायाचा घोटा ठणकत होता. पाठीचा कणा दुखत

होता. त्यांची झोप उडाली होती. शाहू महाराजांना पाहून खंडो बल्लाळांना कृतज्ञतेचे भरते आले. राजे त्यांच्या उजव्या बाजूस उशालगत बसले. डाव्या बाजूस राजवैद्य बसले.

राजवैद्यांनी खंडो बल्लाळांची नाडी पाहिली. जीभ तपासली. ताबडतोब त्यांनी त्यांना अमृतमात्रेचे चार वळसे मधातून चाटायला दिले. थोडे जीवनभस्मही कोमट पाण्याबरोबर दिले.

खंडो बल्लाळांची अंगदुखी थांबली. त्यांना हुशारी आली. राजवैद्यांच्या अनुमतीने त्यांनी फुलपात्रभर गरम दूध प्राशन केले. राजवैद्यांना आणि राजांना त्यांनी आग्रह केला. राजवैद्यांनी आदर केला. राजांनी केवळ मुखस्पर्श करून दुग्धपात्र बाजूस ठेवले.

खंडो बल्लाळांच्या तप्त कपाळावरून आपला उजवा हात फिरवीत राजे म्हणाले,

''बाबा, किती दिवस अंथरुणावर आहात?''

''पंधरा दिवस.''

''विशेष कशाचा त्रास होत आहे?''

''पायाच्या जुनाट जखमेचा.''

राजवैद्यांनी पायाच्या घोट्याची जुनाट जखम पाहण्यासाठी त्यावरील पांघरूण दूर केले. ती पाहून आश्चर्य करीत त्यावर त्यांनी लेप लावला. राजे म्हणाले,

''तुम्हाला ही अशी जखम आहे हे आम्हाला माहीतच नाही. व्रणावरून तर ती जुनी दिसते.''

''होय राजे, त्या जखमेचा मोठा इतिहास आहे.''

''अस्सं? बोलताना फार त्रास तर नाही ना होत?''

''छे छे, आपण आलात, धन्यता वाटली. पिढीजात स्वामीसेवा सफल झाल्याचं समाधान वाटले.''

''मग काय आहे बरं या तुमच्या जखमेचं रहस्य?''

खंडो बल्लाळांनासुद्धा सांगण्याची इच्छा झाली. जुन्या संकटांच्या आठवणी आनंददायक असतात. खंडो बल्लाळ सांगू लागले,

''विशाळगडावर खासा निरोप पोहोचविण्याची कामगिरी घेऊन आम्ही सातारा सोडला. वाटेत आम्हास एका मुसलमान सरदाराने अटक केली. खंडो बल्लाळ हाती लागला, याचा त्याला मोठा आनंद झाला. 'कुठं आहेत संताजी-धनाजी!' म्हणून त्याने आम्हास छेडले. आम्ही दाद दिली नाही, म्हणून त्याने आम्हास तुरुंगात डांबले. तुरुंगावरील अधिकारी पोटार्थी मराठी माणूस होता. आम्ही त्याला मराठी राज्यात अधिक चांगली चाकरी देण्याची आशा दाखविली. त्याने आम्हास रात्री गुपचूप सोडले. तुरुंगाच्या भिंतीवरून आम्ही उडी टाकली आणि आमच्या डाव्या पायाचा घोटा मुरगळला. तशाही स्थितीत आम्ही दीडदोन कोस रखडत चाललो. अधिक ताणामुळे घोटा सुजला. त्या वेळचा तो घोटा राजवैद्यांनी पाहिला असता, तर ते म्हणाले असते की या चिटणीसाला हत्तीरोग झाला आहे.

''पुढे आमच्या बलवत्तर नशिबाने आमचे विसोमामाच भेटले. आमची निरोपाची कामगिरी त्यांनी पुरी केली आणि आम्हास पूर्ण विश्रांतीचा सल्ला दिला. तेव्हापासून पुढे 'वय जाहले, दृष्टी मंदावली' या सबबीखातर केवळ अधू घोट्यामुळे आम्ही रणांगण

टाळत आलो. त्या घोट्याच्या अधूपणामुळेच मधूनमधून आम्हास ताप भरतो, मणका दुखतो, मस्तकशूळ उठतो.''

खंडो बल्लाळांना अधिक ताण देणे बरे नाही, म्हणून राजवैद्यांना गडावरच ठेवून राजे सातारी पायउतार झाले.

उपसंहार

राजे राजकारणाच्या मामल्यात गुंतून गेले. मराठी राज्यात दुफळी पडली होती. ताराऊ राणीसाहेबांनी कोल्हापुरास आपली स्वतंत्र गादी स्थापन केली. शाहूराजे साताऱ्यास स्थिर झाले. खंडो बल्लाळांनी उभयपक्षी तह घडवून आणला होता. कुणी कुणाच्या मुलखावर हमला करू नये, कोल्हापूरकरांस दक्षिण भारत मुलूखगिरीस मोकळा राहील, सातारकरांनी उत्तर भारतात पराक्रम गाजवावेत असे ठरले. येण-प्रमाणे उभयपक्षी शब्द पाळले जात होते. ताराऊ राणीसाहेब महत्त्वाकांक्षी होत्या. किरकोळ कटकटी उत्पन्न होत होत्या. शाहूराजे त्या मोठ्या शिताफीने निकालात काढीत होते.

असेच आठ दिवस गेले. एके दिवशी दुपारी राजवैद्यांनी शाहूराजे वामकुक्षीत असता तातडीची भेट मागितली.

आपली झोपमोड झालेली राजांना खपत नसे; परंतु खंडो बल्लाळांप्रमाणे राजवैद्य हेही अपवाद होते. ते उगीच झोपमोड करणार नाहीत, याची त्यांना खात्री होती. शाहूराजांनी भेट दिली.

राजवैद्यांचा मुजरा स्वीकारीत शाहूराजांनी विचारले,

"वैद्यजी, कशी आहे खंडोजीबाबांची तब्येत?"

"रात्रभर उपचार केले. सकाळी बरंच वाटत होतं. ते माझ्याशी खूप बोलले; परंतु...."

"परंतु काय वैद्यजी?"

"विझताना दिवा मोठा व्हावा, तशी ती गत होती. खोकला घशात अडल्याचं निमित्त झालं नि खंडोजींची प्राणज्योत मालवली. मी तातडीनं निघून आलो. त्यांचं कलेवर आज सायंकाळपर्यंत इतमामानं खाली आणण्यात येईल. केवळ वर्दी देण्यास आपणाकडे आलो."

"ठीक आहे राजवैद्य. पिकलं पान गळून पडलं. ते आम्हांस हवे होते, आमच्या स्वार्थासाठी; पण ते जाऊ द्या. आम्ही आपणास एक विचारू का?"

"अवश्य महाराज."

"खंडोजीबाबा अखेरचे एवढे तुमच्याशी काय बोलले?"

"त्यांना आपले पूर्वायुष्य आठवले. थोरले छत्रपती मांडीवर घेऊन त्यांचं कौतुक

करीत आणि वळणदार अक्षराबद्दल पाठ थोपटीत. कधीकधी कौतुकानं छोटे चिटणीस म्हणून हाक मारत. शंभूराजांबद्दल देखील फार आदरानं ते बोलले. पराक्रम गाजवावा तर शंभूराजांसारखा. आपला घोडा आपण उसळत्या खाडीत टाकून शंभूराजांचे प्राण आपण कसे वाचविले, याचं रसभरीत वर्णन त्यांनी केले. महाराणी येसूबाईसाहेबांकरिता आत्मसमर्पण करणाऱ्या त्यांच्या भगिनीची– साध्वी संतूबाईची त्यांना याद आली. राजाराम महाराजांच्या जिवावर बेतले असतानासुद्धा आपण पत्ता सांगितला नाही, याचा अभिमान वाटला त्यांना. आपलीही त्यांनी इमानेइतबारे सेवा करून प्रेम संपादन केलं, आणखीही आपली सेवा करण्याची उम्मीद त्यांनी बोलून दाखविली. शेवटी ते म्हणाले,

"काय म्हणाले माझे खंडोजीबाबा?"

"महाराज, खंडोजीबाबा कंठ दाटून म्हणाले की– चार छत्रपतींची एकनिष्ठपणे या खंडो बल्लाळानं सेवा केली. त्यांचं जीवन धन्य झालं, कृतकृत्य झालं– ते शेवटी म्हणाले– मी समाधानी आहे–"

"इतक्यात त्यांच्या घशात खोकल्याची ढास अडकली आणि त्यांची प्राणज्योत मालवली."

अत्यंत इतमामाने शाहूराजांनी सच्चा स्वराज्यसेवक खंडो बल्लाळांची उत्तरक्रिया आपल्या खास मार्गदर्शनाखाली यथासांग करविली.